மஞ்சள் வெயிலும் மாயச் சிறுமியும்

பா. ஜெய்கணேஷ்

பா.ஜெய்கணேஷ் என்கிற இளமாறன் தற்போது எஸ்.ஆர்.எம். அறிவியல் மற்றும் தொழில்நுட்பப் புலத்தில் தமிழ்த்துறைப் பேராசிரியராகப் பணியாற்றி வருகின்றார். தமிழ் இலக்கண, இலக்கியம், பதிப்பு தொடர்பான ஆய்வுகள் பல நிகழ்த்தி நூல்கள் பல வெளியிட்டுள்ளார். 'தமிழ் யாப்பிலக்கண உரை வரலாறு', 'இரு நூற்றாண்டுப் பதிப்பு வரலாற்றில் தொல்காப்பியம்', 'தொல்காப்பியம்: அடைவு, ஆவணம், வரலாறு', 'பதிப்பும் வாசிப்பும்', 'தொல்காப்பியம்: பன்முக வாசிப்பு' முதலான நூல்களை எழுதியும் பதிப்பித்தும் தந்துள்ளார்.

இவரின் ஆய்வுப் பணிகளுக்காகக் குடியரசுத் தலைவர் கையால் 'இளம் ஆய்வறிஞர் விருது' (2015), எஸ்.ஆர்.எம். நிறுவன தமிழ்ப் பேராயத்தின் 'இளம் ஆய்வாளர் விருது' (2014) முதலான பல விருதுகள் பெற்றுள்ளார்.

மாற்றுவெளி, புதிய புத்தகம் பேசுது ஆகிய இதழ்களின் ஆசிரியர் குழுவில் இணைந்து பணியாற்றியவர். தற்போது பொதிகைத் தொலைக்காட்சியில் தமிழின் பெருமை பேசும் "ழகரம்" நிகழ்வின் வல்லுநராகவும், நெறியாளராகவும் செயல்பட்டு வருகின்றார்.

ஆசிரியன், ஆய்வாளன், தொகுப்பாளன் என்னும் பயணத்தின் தொடர்ச்சியில் கவிஞனாகவும் தன்னைத் தமிழ்ச்சமூகத்திற்கு அறிமுகப்படுத்திக்கொள்கிறார். தொடர்ந்து முகநூலின் வழியாகவும் இதழ்களின் வழியாகவும் தனது கவிதைகளை எழுதிவந்த இவரின் முதல் கவிதைத் தொகுப்பு 'மஞ்சள் வெயிலும் மாயச் சிறுமியும்'.

தொடர்புக்கு: ilamarantamil@gmail.com, 9884277395

மஞ்சள் வெயிலும் மாயச் சிறுமியும்

பா. ஜெய்கணேஷ்

மஞ்சள் வெயிலும் மாயச் சிறுமியும்
கவிதைகள் • பா.ஜெய்கணேஷ் • © பா.ஜெய்கணேஷ்
முதல் பதிப்பு: டிசம்பர் 2017 • பக்கங்கள்: 96
வெளியீடு: பரிசல் வெளியீடு, 216, முதல் தளம்
திருவல்லிக்கேணி நெடுஞ்சாலை,
திருவல்லிக்கேணி, சென்னை 600005
பேச: 9382853646 • parisalbooks@gmail.com
ஓவியங்கள்: சாந்தி சித்ரா • வடிவமைப்பு: ஆதி, 9994880005

விலை ரூ.90

தமிழ்க்கவிதை முன்னோடிகளுக்கு...

உள்ளே

1. மாயச் சிறுமியும் மஞ்சள் மலர்களும் 11
2. சிட்டுக்குருவியின் செஞ்சோற்றுக்கடன் 12
3. தனிமையின் நினைவுகள் 13
4. மரத்தின் இயலாமை 14
5. பச்சை தேவதையின் வாசம் 15
6. நீயில்லாத நிறங்கள் 16
7. நீரற்ற நதித் தடங்கள் 17
8. பலி ஆடு 19
9. முதுகில் பாயும் ஆட்டுக்குட்டி 20
10. ஒரு துளி காற்று 21
11. ராந்தல் விளக்கின் ஒளித்தடம் 22
12. விழுங்க முடியா இரவு 23
13. வெயிலின் பாதைகள் 24
14. கனவொன்றின் நிஜம் 25
15. யானையும் எறும்பும் 27
16. என்னுள்ளும் உன்னுள்ளும் 28
17. வானம் தேடும் பறவைகள் 29
18. மாயமரமும் புதையுண்ட கண்களும் 31
19. நிறங்களும் வடிவங்களும் 32
20. காட்டின் பாடல் 33
21. பிரதியொன்றின் பிரதி 34
22. மஞ்சள் நிற யானை 35
23. உதிரும் கதைகள் 36
24. இல்லாதவைகளின் உலகம் 37

25. நகங்களின் தழும்புகள் 39

26. தொலைந்த மரங்கள் 40

27. குடுவை மீன் 42

28. நிணம் தின்னும் கழுகுகள் 43

29. நிறம் மாறும் வெண்மை 44

30. வன்பூனைகளும் மென்பூனைகளும்..................... 45

31. பிம்பங்களின் நிழல் 46

32. இருளின் கண்கள் 47

33. யாழின் இசையில்.. 49

34. வழிந்தோடும் வெயில்... 50

35. முகமூடிகளின் முகங்கள் 51

36. பெருத்த யானையும் சிறுத்த பூனையும் 52

37. மாய தேவதை 53

38. தற்காப்பற்றவனின் ஆயுதங்கள் 54

39. எதிர்பார்ப்புகளின் புத்தகம்.................................. 55

40. புதையுண்ட ஈரநிலம் 57

41. யாருடைய கதைகள் 58

42. ஞானம் தேடும் போதிமரம் 59

43. பகிர்தலின் ஞானம் 60

44. தொலைந்த மரப்பாச்சி... 61

45. சிதைவுகளின் வன்மம்... 62

46. காலம் தொலைக்காத பேழை........................... 63

47. உடைபடும் வரையறைகள்................................. 65

48. இருளின் பித்தன் 66

49. கானலின் நீர்த் திவலைகள்................................. 67

50. கழைக்கூத்தாடி.. 68

51. கண்ணாடிக்கோப்பையும் நானும்............................ 69
52. யானைகள் யானைகளாக 71
53. நிறம் மாறும் பூனை அல்ல................................ 72
54. வானத்தின் நிறங்கள் 73
55. எனது முகவரிகள் 74
56. இடப்பெயர்வு.. 75
57. சூத்திரதாரியின் கூகை 76
58. நகர்தலில் உடைகிறது பொழுது 77
59. கிழவனும் நாயும்... 79
60. தூரிகையின் கோடுகள் 80
61. பெரும் புழுதியும் பெருங் காடும் 81
62. பெருவெளியில் திண்டாடும் காற்று.................... 82
63. நிலைக்கண்ணாடியும் எழுதப்படாத கவிதையும்.... 83
64. வண்ணப்பறவைகளின் கனவுகள்...................... 84
65. பிஞ்சு மழை... 85
66. கூடையில் பதுங்கிய வானவில் 86
67. இரவின் காடு 87
68. இயல்பை விழுங்கும் மனிதம்............................ 89
69. வேட்டையாடியின் திசைகள் 90
70. தடம் தேடும் கால்கள்... 91
71. பிதற்றல்களற்ற தனிமை..................................... 92
72. நாசிகளின் துவாரங்கள் 93
73. பூனையின் மதில்கள்.. 95

மாயச் சிறுமியும் மஞ்சள் மலர்களும்

உதிர்ந்து கிடக்கும்
மஞ்சள் பூக்களை
சேகரிக்கிறாள் சிறுமி.

காற்றில் மெல்ல அசைந்து
பாறைகளில் போர்த்திய
இள மஞ்சள் வெயிலையும்
வாரி எடுத்துக் கூடையுள்
போட்டு விடுகிறாள்.

வெயில் கூடையிலிருந்து
வெட்கப்பட்டு வெளியே தலைநீட்டி
எட்டிப்பார்த்துக் கொண்டிருக்கிறது.
குட்டியானையின் சிறு தும்பிக்கை
அசைவிலேயே அவளின் கூடையோடான
அசைவும் நகர்வும்.

கால் இடறி கணநேரத்தில்
குட்டையொன்றில் விழ
நீரில் நீந்தித் தப்பிப் பிழைத்து
ஓடி இருளில் மறைந்தது
இள மஞ்சள் வெயில்.

விரட்டிப் பிடிப்பதாய் பாவனை நிகழ்த்தி
தன் வல்லமையின் வேர்களை
உலகத்துக்கு அறிவித்தாள்
அந்தச் சிறுமி.

மாயச் சிறுமி மஞ்சள் மலர்களில்
தன்னைத் தொலைத்து
நீரில் மெல்லக் கரைந்து போனாள்...

சிட்டுக்குருவியின் செஞ்சோற்றுக்கடன்

தாழ்வார மொன்றிலிருந்து
சிதறிய நெல்மணி எடுத்து
சிறகு விரிக்கிறது
சிட்டுக்குருவியொன்று.

மூதாதைகளின்
மூன்று தலைமுறை வாழ்வின்
வாழ்வாதாரம் பெருக்கிய
பசுமை நிறைந்த வயல்வெளியின்
ஈரம் தொலைந்த பொழுதொன்றிலேயே
சிட்டுக்குருவி சிறகு விரித்திருக்கிறது.

வரப்பின் வகிடெடுத்து
ஏர் உழுத நிலத்தின் பகுதி பிரித்து
கிடப்பதுபோல் வயிறொட்டி
வானம் பார்த்துக் கிடக்கிறான்
வயதான விவசாயி.

வம்சத்தின் செஞ்சோற்றுக்கடன்
தீர்க்க பொறுக்கிய நெல்மணிகள்
யாவும் நிலமெங்கும் சிதறவைத்து
கருமேகத்தின் கூடுதல் பார்த்து
கரையோரம் காத்துக் கிடக்கிறது
சிட்டுக்குருவி.

எல்லாவற்றையும் வாரிச் சுருட்டி
வயிற்றுக்குள் ஏப்பமிடும்
பருந்துகளுக்கு மத்தியில்
உயரப் பறக்காத ஊர்க் குருவிகளின்
உறவுகளுக்குள்ளாகவே
சிக்கிக் கிடக்கிறது
ஒவ்வொரு விவசாயியின்
வாழ்வும்.

தனிமையின் நினைவுகள்

யாரிடம் என்ன சொல்வது
எப்போதும் போலவேதான்
வாழ்க்கையின் சூட்சுமங்கள்
யாருக்கும் எப்போதும் புரிவதில்லை.

அவிழாத முடிச்சுக்களும்
புரியாத மௌனங்களும்
எதை எதையோ நம்பவைக்கின்றன.
நீரில் தவழ்ந்தோடும் சிறுகல்லைப் போல
வாழ்வின் இருப்பு தெரியாமல்தான் இப்போதும்.

உடலைக் கசக்கிப் பிழிந்து
குருதி வெளியேறிய சமயத்தில் கூட
வலியும் இல்லை, வேதனையும் இல்லை,
உயிர் கூட கிடைத்த இடத்தில்
ஒருக்களித்துப் படுத்துக் கிடக்கிறது.

நெடுந்தூரப் பயணத்தில்
நிராதரவற்று நிற்கும்
பயணியைப்போல
சுற்றிலும் அடர்ந்த மரங்கள் இருந்தும்
பார்வையற்ற ஒரு பறவையைப் போல
இருண்ட வனத்தின் எல்லையற்ற ஓசையில்
கரைந்துபோன ஒருகுருவியின்
குரலைப் போலத்தான்
என் தனிமையும்.

வழியின் நெடுகெங்கிலும்
பாதையின் வன்மங்கள் கால்களைத்
தொலைத்து ஊடுருவிச் செல்கின்றன
விவரிக்க முடியாத வார்த்தைகளாலேயே
வலிகள் இப்போதும்
தொலைந்து போகின்றன.

மரத்தின் இயலாமை

குருவிக் கூடொன்று
நனைந்து கிடக்கிறது.

உடைந்த முட்டைகளிலிருந்து
வழிகின்றன ஆன்மாக்கள்.
மரத்தின் அடியில்
வாய் பிளந்து காத்துக் கிடக்கிறது
வன்மம் பொதிந்த நரியொன்று.
மிஞ்சிய ஓட்டுத் துகள்கள்
ஒட்டிய வாயோடு ஊர்ந்து
செல்கிறது பாம்பொன்று.
இரைதேடி நகர்ந்த குருவியொன்றின்
கனவொன்று கூட்டின்வழி
மெல்லக் கரைந்து
உறைந்து போவதை
நான்காவது முறையாக
அந்த மரம் வேடிக்கை பார்க்கிறது.

ஓரிரு நாட்களில்
வேரோடு அறுக்கப்பட
காத்திருக்கும் மரத்தால்
வேறென்ன செய்ய முடியும்.?

பச்சை தேவதையின் வாசம்

படர்ந்த இருட்டின் வனமொன்று
ஓசைகளின் அடர்த்தியில்
உறைந்து கிடக்கிறது.
ஆந்தைகளின் அலறல்களில்
ஓநாய்களின் ஊளைகள்
அமுழ்ந்திப் போகின்றன.

பாம்புகளின் பிணையல் ஓசை
மெதுமெதுவாய்க் காதுகளில்
உள்நுழைகிறது.

ஊனின்றி உறக்கமின்றி
சொருகிக் கிடக்கின்றன கண்கள்
வனத்தின் பச்சை தேவதை
உள்நுழைதலின் பிரகாசம்
வனமெங்கும் ஒளிர்கிறது.

கைகள் துளிர்க்க
கால்கள் வேராய் மாற
உடலெங்கும் பச்சை படர
உயிர் தழைக்கிறது.

தேவதையின் முகம்
மின்மினிப் பூச்சிகளின்
வெளிச்சத்தில் மிளிர
நான் அவள் கைகளில் தவழ
மரப்பொந்தொன்றின் வழி
புதையுண்டு போகிறேன்.

விழிப்பில் தெரிந்தது
இது மாயைகளின்
உலகமென்று.

நீயில்லாத நிறங்கள்

தூரிகையின் வண்ணமொன்றில்
கரைந்து விட்டாய் நீ.

எதைக்கொண்டு
மீளுருவாக்கம் செய்வது
எனத் திகைத்து வண்ணங்களைக்
குழைத்துக் கொண்டிருக்கிறேன்.

யாதொரு வண்ணத்திலும்
உன் நிறம் அறிய இயலவில்லை.
நிறத்தில் இல்லை நீ என்பதை
வண்ணங்கள் வரிசைகட்டி
ஒப்புதல் வாக்குமூலம் அளித்துக்கொண்டிருந்தன.

வெள்ளைத்தாளின்
மீதிருந்த வண்ணங்கள் யாவும்
வெளியேறிய கடைசி நிமிடத்தில்
உனது வண்ணமற்ற
உருவம் வெண்மையாய்
விழித்திரையில் படியத் தொடங்கிவிட்டது.

நீரற்ற நதித் தடங்கள்

பெரும் நதியொன்று
வற்றிக் கிடக்கிறது.

வழியின் தடங்கள் யாவும்
தொன்மைக் காலங்களின் சுவடுகள்
பொதியுண்டு கிடக்கின்றன.
அழிக்கப்பட்ட எச்சங்கள்
நீர்க்குமிழிகளாய் வெளிவரத் துடிக்கின்றன.
மணலற்ற வறண்ட பாலைநிலம்
நீரற்று தகித்துக் கொண்டிருக்கிறது.

மீன்கொத்தியின் அலகொன்று
நீருடைய நிலம் தேடியலைந்து
மூச்சிறைத்துக் கொண்டிருக்கிறது.

நீரற்ற நதிக்கு மேலாக
கட்டப்பட்ட பாலத்திலிருந்து
சிறுவர்கள் எச்சில் துப்பு விளையாட்டின் வழி
நதியொன்றை ஓடவிடுகின்றனர்.
மழையற்ற வானம்
தன் இயலாமையினால்
வெயிலை உமிழ்ந்து தள்ளுகிறது.
ஈரமற்ற நதி
மௌனத்தில் உறைந்து கிடக்கிறது.

பலி ஆடு

பலிபீடத்தின் முன்
வரிசைகட்டி நிற்கின்றன ஆடுகள்.
வெட்டுப்பட்ட தலைகள் யாவும்
சிதறிக் கிடக்க,
உடல்கள் துடித்துக்கொண்டிருக்கின்றன.

சாமியாடிகளின் கைகளில்
நீர்க்குவளைகள்
நிரப்பப்பட்டு இருக்கிறது.
வளைந்து நேர்த்தியுடன்
செய்யப்பட்ட கத்திகள்
தீட்டப்படும் சத்தங்கள்
ஆடுகளின் ஈரக்குலைகளை
அதிர வைக்கின்றன.

வேப்பிலை வாயில் நிறைத்து
ஆத்தா இறங்கிய ஆண் ஒருவன்
குருதி குடிக்க
ஆங்காரத்துடன் ஆடிக்கிடக்கிறான்

கயிறால் பிணைத்து இழுத்து
கழுத்து அறுபடத் தயாராகிவிட்டது
மற்றொரு ஆடு.
தண்ணீர் தெளிக்கப்பட்டது
தலை அசையவில்லை
மறுபடி மறுபடி.
சாமியாடிகள் சலித்துப் போயினர்

குடும்ப குத்தம்
ஆட்டை அவுத்துவிடுங்க.

நுட்பங்களும் தந்திரங்களும்
தெரிந்த ஆடாய்
தன்னை நினைத்து
தனது மரணத்தின் எல்லை கடந்து
துள்ளிக் குதித்தோடி
எதிர்வந்த லாரியில்
சிக்கி உயிர்மறித்தது.

முதுகில் பாயும் ஆட்டுக்குட்டி

உங்களுக்குப் பின்னால்
யாரோ ஒளிந்து இருக்கிறார்கள்
கைகளில் மென்மையான
வருடும் அன்பின் கத்தி
பிடியில் அழுத்தமாய்
பதிந்திருக்கிறது.

மறைமுகத்திலிருந்து
உங்களையும் பாதுகாக்கலாம்
உங்களின் பின்னால்
குத்தவும் படலாம்
அது ஒரு வளர்த்த ஆட்டுக்குட்டியாகவும்
இருக்கலாம்

இந்த ஆட்டுக்குட்டிகள்
மார்பில் பாய்வதில்லை
முதுகிலேயே பாய்ந்து விடுகின்றன
நம்பிக்கைகளில் தொலைந்து
போனவர்களின்
சரித்திரம் எல்லாம்
தந்திரங்களால் சாய்க்கப்பட்டுவிடும்
சரிபவர்களின் வரலாறு
வீழ்தலின் வரலாறு இல்லை
வெற்றியின் வரலாறு

ஒரு துளி காற்று

என்னுள் உங்களைத் தேடாதீர்கள்.
யார் யாரிடமிருந்தோ கைப்பற்றி
சேகரிக்கப்பட்ட
எனது எல்லாவற்றையும்
கழட்டி எறிந்து கொண்டிருக்கிறேன்.
என்னை மீண்டும் மீண்டும்
நிரப்பிக் கொண்டிருக்கிறீர்கள்
உருவம் கழட்டி காலம் கடந்து
நடந்துபார்கிறேன்.

எதிலுமாய் நான் இல்லையென்று
முகம் தேடித்தேடி வன்புணர்வின்
வலியொன்றின் வேகத்தில்
உருமாற்றி என்னைக் காண்கிறீர்கள்.

தேவைகளின் பொருட்டாகவே
நான் தீர்மானிக்கப்படுகிறேன்.
அச்சுக்கோப்புகளிலும்
அகப்பட்டு விடுகிறேன்
நகல்களாக மாறுகிறேன்
எல்லாம் எறிந்து பிரபஞ்சம் கடக்க
நினைக்கையில்
குப்பியில் அடைக்கப்படுகிறேன்

சுவாசமற்று கழுத்து நெரித்து
வீழும் தருணத்தில்
ஒருதுளி உயிர்காற்று அளித்து
மீண்டும் மீண்டும்.
நான் நானாக இருந்து விடுகிறேன்

ராந்தல் விளக்கின் ஒளித்தடம்

வானவில்லின் இருவேறு
மூலைகளில் அமர்ந்து
வண்ணம் தீட்டிக் கொண்டிருக்கிறோம்.

ராந்தல் விளக்கின் ஒளித்தடத்தில்
பற்றிய கைகளோடு
சுரங்கப்பாதை ஒன்றின்வழி
பயணித்துக் கொண்டிருக்கிறோம்.

இருளை உடைத்து எறியும் பௌர்ணமி
நிலவின் அகண்ட வெளிச்சத்தில்
மௌனத்தில் உள்ளுறைந்து கிடக்கும்
வார்த்தைகளைத் தேடிக் கிடக்கிறோம்.

சலனித்த இரவுக்குள்ளிருந்து
விடுபடத்துடித்த ஆயிரம் நட்சத்திரங்களின்
இரகசியங்களை உள்ளூர விவாதித்துக்
கொண்டிருக்கிறோம்.

யாருமற்ற சாலையொன்றின்
எல்லைகளைக்
கடந்து வெகுதூரம் பயணிக்கும்
நுட்பங்களை எடுத்துரைக்கிறோம்.

ஆலமர விழுதொன்றின் நுனியிலமர்ந்து
பழங்காலத்துக் கதைகளிலெல்லாம்
தொலைந்து போகிறோம்.

யாருமற்ற நாம்
நாமாக இருக்க எத்தனிக்கிறோம்
எல்லாக் கணங்களிலும்
எல்லா இடங்களிலும்.

விழுங்க முடியா இரவு

இரவிலிருந்து உதிர்ந்து விழுகிறது
வெள்ளை நிலவின் வெளிச்சமொன்று
மின்மினிப் பூச்சிகள் யாவும்
இரவை மொய்த்துக் கொண்டிருக்கின்றன

பார்வையற்ற ஒரு நாடோடியின்
விழித்திரையிலிருந்து வழிந்தோடுகிறது
இரவு எல்லாப் பக்கங்களிலும்

நேர்த்தியாகப் பின்னப்பட்ட
கூடைக்காரியின்
விரல்களின் வழி சிக்கல்களால்
நிறைந்ததான இரவு இது

கையிலிருந்த டார்ச்லைட்டின் வழி
இரவை வெள்ளையடிக்க
சிறுவன் ஒருவன்
போராடிக்கொண்டிருக்கிறான்
குல்பி ஐஸ்காரனின்
மணிச்சத்தம் தன் சத்தத்தால்
இரவைக் கிழித்து
எறிந்து கொண்டிருக்கிறது,

கூகையின் ஒளிரும் கூரிய
பார்வையிலிருந்து
தப்பிக்க முடியாமல்
இரவு தத்தளித்துக் கொண்டிருக்கிறது,

இரவை விழுங்கிய பாம்பொன்று
மெதுமெதுவாய்க்
கக்கிக் கொண்டிருக்கிறது,
இந்த இரவு எப்போதும் போல்
இரவாகவே கழிகிறது.

வெயிலின் பாதைகள்

உச்சிப் பாறையில்
சொட்டிய நீரொன்று
சுர்ரென்று சப்புக் கொட்டி
காய்ந்து போனது

ஊரெங்கும் வாய் பிளந்து
கிடக்கிறது வெயில்
எச்சில் விழுங்குவதற்குக் கூட
முடியாமல் தொங்கும்
நாயின் நாக்கு தெருவெங்கும்
ஓடி வறட்சியை உதறிக் கொண்டிருக்கிறது.
குச்சி ஐஸில் கொட்டிய வெயில்
சிறுவனிடமிருந்து மெல்ல
உறிந்து கொண்டிருக்கிறது.
கூழாங்கற்கள் போட்டும்
மேல்வராத நீர் பார்த்து
ஏங்கிக் கிடக்கும்
கிழட்டுக் காக்கையொன்றின்
கரைந்த குரல் நதியில் இளைத்து
குளத்தில் கொதித்து
கிணற்றில் வறண்டு பிரதிபலிக்கிறது.

காய்ந்து கிடக்கும் கானகம் பார்த்துக்
கடந்து செல்லும் மொட்டை மாடிப் பறவைகள்
ஊரெங்கும் வெயிலின்
புரணி பேசித்திரிகின்றன.

வேகம் காட்டி விரைந்து நகரும்
பாம்பொன்றின் தோலிலிருந்து
உரிக்கப்பட்டுக் கிடக்கிறது வெயில்.
நிலாச்சோறு உண்டையில்
வெயில் முழுவதும் வாரி
வெளியே எறியப்பட்டு விட்ட
தருணத்தில் எட்டிப் பார்த்து
கொட்டிச் சிரிக்கிறது இரவு.

கனவொன்றின் நிஜம்

உன் தேகம் கடந்த
என் ஒற்றைப் பார்வையில்
ஓராயிரம் நட்சத்திரங்கள்
மின்னிக் கொண்டிருக்கின்றன.

கூடலின் தத்துவம்
அறியா இளம்பேதமையின்
மனம் கொண்டு துள்ளியோடுகிறது
என் அகம்.
காமம் தொலைத்த கடவுளின்
வரமொன்று வாங்கி
உன்விரல் பிடித்து
தொலைதூரம் கடக்கிறேன்.

ஒரு சிட்டுக்குருவியின்
சிணுங்கலில் கூட
உன்தூக்கம் கலையா இரவைப்
பாதுகாத்துக் கொண்டிருக்கிறேன்.
அலைவுறும் கூதிர்காலப்
பொழுதொன்றில்
உடல் தவிர்த்து
உன் ஆன்மாவின்
உள்ளாழம் பயணித்து
ஓரம் அமர்ந்து கொண்டேன்.
நீ தேடிய கனவொன்றின்
நிஜமாய்.

யானையும் எறும்பும்

யானையின் காதொன்றில்
எறும்பொன்று குடைகிறது
குறும்பியின் வாசம் அறிய அல்ல
குருதியின் வாசம் அறிய
காடு முழுக்க நிறைந்து கிடக்கிறது
யானை நிணத்தின் மணம்

வீழ்த்திய எறும்பு படர்ந்து விரிந்த
முதுகில் மல்லாக்காய்
படுத்துக் கிடக்கிறது
பெருவீரனைத் தந்திரத்தில்
வீழ்த்திய வெற்றிக் களிப்புடன்

எறும்பு எச்சரிக்கை விட்டபோதெல்லாம்
இறுமாப்புடனே அலைந்து கிடந்த
யானை மதநீர் ஒழுக ஒழுக
வீழ்ந்து கிடக்கிறது

காற்றெங்கும் யானைகளின் ஓலம்
அலறியடித்துப் பரவிச்செல்ல
வீழ்ந்தது எறும்பினிடம்
என்ற நொடியில்
எட்டிப்பார்த்துச் செல்லக் கூட
மனமில்லாமல் திரும்பிவிட்டன.

வியர்வை துடைத்து நிதானம் களித்து
பெருத்த கால்களினுள் புகுந்து
இறங்கிப் போகிறது எறும்பு
இன்னொரு யானையின் காதினுள்
தந்திரமாய் நுழைய.

என்னுள்ளும் உன்னுள்ளும்

என்னுடனே உறங்கிக் கொண்டிருக்கிறது
சிறுத்தையொன்று
வால் குழைத்து, முகம் நக்கி
வெளிப்படுத்துகிறது தனது அன்பை.

கூரிய நகப் பிராண்டல்களில்
மெது மெதுவாய் குருதி கசிய விடுகிறது.
கோரைப் பற்களின் வழி
பல்லழுத்திப் பதம் பார்க்கிறது.

வேகம் கொண்ட ஓட்டத்தில்
யாவற்றையும் தூக்கி எறிகிறது.
என்னுடன் உறங்கிக் கொண்டிருந்த
சிறுத்தை உனக்கருகிலும்
உன்னுள்ளும் உறங்கத் தொடங்கி விட்டது.

வானம் தேடும் பறவைகள்

வெடியில் சிக்கி கால் ஒடிந்து
வாழ்விடம் தேடியலையும்
பறவையொன்று
நீரற்று உணவற்று உறவுகளற்று
சுற்றித் திரிகிறது.
நைந்து போன சிறகுகளின்
இறகுகள் பறப்பதன் நம்பகத்தன்மையை
மெதுமெதுவாய் இழந்து வருகிறது.

பரந்து விரிந்த கடலின்
எல்லை கடந்து
அடைக்கலம் புகத்தவிக்கும்
பறவையின் உள் சுழலும் மனம்
யாவற்றிலும்
எரிந்து அடங்குகிறது
வாழ்வின் இருப்பும் தவிப்பும்.

அழிக்கப்பட்ட சுயத்தினை
யாழின் நரம்பிலிருந்து மீட்டும்
நம்பிக்கை வேர்களை
வானின் காற்றுவெளியாவிலும்
கரைகாணத் துடிக்கிறது அந்தப்பறவை.

மாயமரமும் புதையுண்ட கண்களும்

மாய மரமொன்றின்
உள்வழி ஊர்க்கண்கள்
யாவும் புதைந்து விட்டன.
போவோர் வருவோரையெல்லாம்
புகைப்படம் எடுத்துக் கொண்டிருக்கின்றன.

அசைவுகளையும் நுணுக்கங்களையும்
கடந்து கற்பனைகளையும் புனைவுகளையும்
பதிவுசெய்து கொண்டிருக்கின்றன.

மரத்தின் எல்லாப் பக்கங்களிலும்
உலவும் விழிகளின்
எதேச்சையான சந்திப்புகள்
எல்லாவற்றையும் பரிமாறிக் கொள்கின்றன.

மாயமரம் தன் மர்மங்களையும்
இயல்புகளையும் தொலைத்துவிடும் தருணத்தில்
நடுங்கத் தொடங்கிவிட்டது.
நடுக்கமும் பதற்றமும்
கோபத்தின் எல்லையில் பயணிக்கத் தொடங்கி
கண்கள் யாவும் உதிரத் தொடங்கின.

உலர்ந்த கண்கள் இடத்தை மாற்றிவிட்டன
ஒளிப்படங்கள் எடுப்பதைமட்டும்
இன்னும் நிறுத்திக் கொள்ளவில்லை.

நிறங்களும் வடிவங்களும்

வகிடு எடுத்த நேர்க்கோடு
இரட்டை சடை
நெருக்கமாக கட்டப்பட்ட
கனகாம்பரப்பூவும்
டிசம்பர் நீல நிறப்பூவும்
நெத்திப் பொட்டு, காதுக் கடுக்கன்
மேல் சட்டை, அரைக்கால் டவுசர்
கையில் மஞ்சப்பை
சாக்ஸ் மாட்டிய கருப்புநிற ஷீ
இவை யாவும் அணிந்த
என் பால்ய காலத்து
நண்பனின் உருவத்தை
சமூகம் மென்று கடித்து
துப்பியதை ஏதேதோ
நிறங்களிலும் வடிவங்களிலும்
மாறி மாறி உணர்கிறேன்.

காட்டின் பாடல்

விடியல் ஒன்றின் வழித்தடத்தில்
நடந்து செல்கிறது நிலவு
காடுகளின் ஈரப்பசை
கிளைகளில் வழிந்து
இலைகளில் உதிர்கிறது.

பேராற்றின் ஓசை
யானைகளின் பிளிறல்களில்
போகும் திசைகளெல்லாம்
நிரம்பித் ததும்புகிறது.

மேகக் கூட்டங்களின்
இருண்ட நிறம் யாவும்
ஒழுகி பூமியில் புதைகிறது
மான் கூட்டமொன்றின்
காலடித் தடங்களில்
சிக்கிய புல்வெளிகள் யாவும்
சாய்ந்து எழுகின்றன

மனிதர்களற்ற வெளிகள்
யாவும் இயற்கையின் குளிரூட்டலில்
கொண்டாட்டம் போடுகிறது...

பிரதியொன்றின் பிரதி

நான் அசலொன்றின் பிரதி
பிரதியொன்றின் பிரதி
தலைமுறை பிம்பங்களின் பிரதி
என் உருவம் யாவும்
எட்டுத் தலைமுறைக்கு முன்
இணைக்கப்பட்டு வம்ச வரலாறு
ஊரெங்கும் நகல்களாக
வழங்கப்பட்டன

நான் நகல்களின் நகல்
தகப்பனும் பாட்டனும் பூட்டியும்
என்னின் வழி
ஊர்களில் தொலையாதிருந்தனர்

பிரதிகளின் அசல் நான்
உங்களின் பார்வைகள் யாவும்
என்னை விட்டுவிட்டு
எதைஎதையோ தேடி அலைகிறது

நகல்களும் பிரதிகளும்
மெதுமெதுவாய் என்னுள் இறங்கி
நான் அசலற்ற பிரதியாய்
பிரதிகளின் பிரதியாய்

என்னிலிருந்து உற்பத்தியாகி விடத்
தொடங்கி விட்டது
இன்னொரு பிரதியும் அதன் பிம்பங்களும்
இப்போது நான்
பிரதிகளின் அசலாய்
வேர் பிடிக்கத் தொடங்கிவிட்டேன்.

மஞ்சள் நிற யானை

தொலைந்த எனது யானையைத்
தேடிக் கொண்டிருக்கிறேன்
பார்த்தவர்கள் தெரிவித்தால் மகிழ்வேன்
எனது யானை பூனையாகக் கூடத் தெரியும்
குழம்ப வேண்டாம்.

அது மஞ்சள்நிற யானைதான்
எனது அம்மா பையில்
எடுத்துச் சென்ற போது
தொலைத்ததாகச் சொன்னார்கள்
வெயிலில் அது அவ்வப்போது உருகிவிடும்
குளிரில் பனிக்கட்டியாய்
மாறிக் கிடக்கும்.

உங்கள் சட்டைப் பையைத் துழாவிப்
பார்த்து விடுங்கள்
உள்ளே யாருக்கும் தெரியாமல்கூட
அமர்ந்திருக்கும்
ஆயிரம் பொற்காசுகள் அறிவிக்க ஆசைதான்
குறிப்புத் தருபவர்களுக்கு
இப்போதுதான்
அது விழுங்கி விட்டுச் சென்றது

தேடிக் கொண்டிருக்கிறேன்
எனது தொலைந்த யானையை
உங்களின் நம்பிக்கையோடு.

உதிரும் கதைகள்

வீதிகளெங்கும் கதைகள்
நிரம்பி வழிகின்றன
சொல்பவர்களின் நாக்குகள் யாவும்
நீண்டும் குறுகியும்
நடனமாடிக் கொண்டிருக்கின்றன.

குறுங்கதை, சிறுகதை, பெருங்கதையாவும்
காதுகளெங்கும் பரவிக் கிடக்கின்றன
சொல்லப்படாத புதிய கதைகள்
ஒன்றும் இல்லை
மறுசுழற்சி செய்யப்பட்டவைதான்.

கதைகளின் கதாப்பாத்திரங்கள்
மட்டுமே வேறுவேறானவை
கதைகளின் நம்பகத்தன்மை
கேட்பவர்களின் வழியேயே
உற்பத்தி செய்யப்படுகிறது.

கதைகள் யாவும் கதையே
காட்சிகள் யாவும் கற்பனையே
நிஜங்கள் நிழல்களாக, நிழல்கள் நிஜங்களாக
ஒளிரும் விளக்கொன்றிலிருந்து
உதிரும் விட்டில் பூச்சிகள் போல்
உதிர்ந்து விடக் கூடியவையே
இக்கதைகள்.

இல்லாதவைகளின் உலகம்

தாழ்வாரம் இல்லை
வேப்பமரங்களும் இல்லை
தண்ணீர் தெளித்து
காத்துவாக்காய் அமர
பெருந்திண்ணைகள் இல்லை
விசிறியடிக்கும் இரவுக்காற்றில்
நிம்மதியாய் உறங்க
நீண்ட குறடுகள் இல்லை.

நோண்டித் திங்க
கிராமத்துப் பனங்காய்கள் இல்லை
தின்ன நுங்கின் மிச்சம்
உடல்முழுதும் பூசி
நீந்தி கண்ணாம்பூச்சி விளையாட
பெரும் கிணறுகள் இல்லை.

புதிய ஓலை தாங்கி
செம்மாந்து நிற்கும்
குடிசை வீடுகள் இல்லை
தாயபாஸும் பல்லாங்குழியும்
கல்லாங்காயும் கூடி விளையாட
மரங்கள் நிறைந்த தோட்டங்கள் இல்லை

இல்லாததை எல்லாம்
கூர்ந்து கவனித்த வெயில்
எக்காளமாய்த் திரிகிறது
சுட்டெரித்துக் கொண்டே.

நகங்களின் தழும்புகள்

நீண்டு வளர்ந்து கிடக்கின்றன
உன் நகங்கள்

பிராண்டல்களின் தழும்புகள் யாவும்
தேய்மானமுடைய
கண்ணாடி யொன்றின்
வழியே தெரியும் வடுக்கள் நிறைந்த
முகமொன்றை நினைவு படுத்துகிறது

குருதி கசியும் இடங்களில்
ருசிஅறிந்து ஓநாயொன்றின்
நாவு நீண்டு கிடக்கிறது
நகத்தின் நுனிகளில் எல்லாம் பிய்ந்த
சதைகளின் எச்சங்கள்
ஒட்டிக் கிடக்கின்றன

அதிகாரமுடைய உனது கைகளில்
ஈரத்தின் வாசனையாவும்
தொலைந்து போயிருந்தது
ஈரமுடைய உனது கண்கள்
சிவந்து வறண்டு வன்மம்
உறைந்து கிடக்கிறது

நீயற்ற நீயிலிருந்து நானற்ற என்னை
மெதுமெதுவாய்
புதைத்துக்கொள்கிறேன்
ஆழக்குழி தோண்டி அருகேயே
காத்திருக்கின்றன
உன் கூரிய நகங்கள்.

தொலைந்த மரங்கள்

வாசல் வெளியில்
ஒற்றை முறுக்கலில்
வளர்ந்து கிடந்தது
முருங்கை மரமொன்று.

சாலையின் இருபுறங்களிலும்
தலையால் முட்டிக் கொண்டபடி
வரிசை கட்டி மனிதச் சங்கிலி போல
நீண்டு கொண்டிருந்தன
புளியமரங்கள்.

வீட்டுப் பின்பக்கம்
தன்வாசம் சுமந்து
அகண்டு விரிந்திருந்தது இலுப்பமரம்
காற்றடிக்கும் போதெல்லாம்
தன் இலைகளின் வழி
பெரும் சப்தத்தோடு
தலையாட்டிக் கொண்டிருக்கும்
அரசமரம்.

அதிர்ந்து பேசினால் கூட
மௌனம் உறைந்து
அசையாமல் நிற்கும்
தூங்குமூஞ்சி மரம்.

சிறுகாற்றுச் சுழற்சியில்
முருங்கை முறிந்தும்
சாலையின் அகலப்படுத்தலில்
புளியமரங்கள் தொலைந்தும்
கோயில் எழுப்புதலில்
அரசமரம் வேரறுக்கப்பட்டும்
கல்யாண மண்டபமொன்றின்
மதிற்சுவரில் இலுப்பமரம்
இடம்பெயர்ந்து ஒடிந்தும்

சொத்துத் தகராறொன்றில்
தூங்குமூஞ்சி மரம் வெட்டுப்பட்டும்
காணாமலே போயின.

முறிதலும் தொலைதலும்
வேரறுக்கப்படுதலும் இடம்பெயர்தலும்
மனிதர்களுக்கு மட்டுமல்ல
மரங்களுக்குமே.

குடுவை மீன்

நீரறுந்தும் கொக்கொன்றின்
வாயிலிருந்து வழுவி விட்டது
அந்தச் சிறுமீன்.
நுணுக்கத்தின் சிறு பின்னல்களில்
பிணைக்கப்பட்ட
வலையொன்றிலிருந்து
நீரோட்டத்தின் உந்திய
தள்ளுதலில் தப்பிப் பிழைத்தது.

இரை விழுங்கும் பெரிய மீனின்
பார்வையிலிருந்து
கடந்து வெகுதூரம் போய்விட்டது.
பிரிந்து சென்ற குட்டை வழியொன்றில்
பிழைத்தலின் சுகம் அறிந்து
பயணிக்கையில் பிஞ்சு விரல்களினிடையே
சிக்கி நீர் நிரப்பப்பட்ட
கண்ணாடிக் குடுவையொன்றில்
தஞ்சம் புகுந்து தன் எல்லை தேடி
அலைந்து கொண்டிருக்கிறது.

நிணம் தின்னும் கழுகுகள்

சிட்டுக்குருவியின்
சிதைந்த உடலருகில்
காத்துக் கிடக்கின்றன
பிணம் தின்னிக் கழுகுகள்.

உயரப் பறத்தலின் தந்திரமும்
கூர்மையின் பார்வையும்
விரிந்த இறக்கைகளின்
நெடுநேர வட்டமடித்தலும்
கிழிக்கும் வளைந்த நகங்களும்
கோழிக் குஞ்சுகளை
காவு கொள்கின்றன.

சிதறிய இரை பொறுக்கி
சிறு அலகுகளின் வாயில்
பொருத்தும் தருணத்திலேயே
கோழியின் கனவு
கழுகுகளால் தொலைந்து போகின்றன.

இறந்தவற்றை உண்டு புசிக்கும்
இறக்கை விரித்த கழுகுகள்
இருப்பவற்றையும் உயிர்க்குருதி குடித்து
வாசம்தேடி வானின்
அகண்ட வெளியெங்கும்
எக்காளமிட்டுத் திரிகின்றன
இது பிணம் தின்னிக்
கழுகுகளின் உலகம்....

நிறம் மாறும் வெண்மை

அன்னப்பறவை ஒன்றின்
அருகில் அமர்ந்து
வெண்மை நிறம்
தேடிக் கொண்டிருக்கிறேன்.

வெள்ளை யானையின்
மீதமர்ந்து வெண்மை நிறம்
தடவி சவாரி செய்து கொண்டிருக்கிறேன்.

கலைந்து சேரும்
வெண்மை மேகங்களைக்
கைகளில் ஏந்தி வருடிக்
கொண்டிருக்கிறேன்

கரைந்துவிடும் ஆலங்கட்டி
மழைத் துளிகளைப் பாதுகாப்பாய்
சேகரித்துக் கொண்டிருக்கிறேன்.

வெண்மை நிறம் வெண்மையே
ஒருதுளி மை கலவாத வரை.

வன்பூனைகளும் மென்பூனைகளும்

பூனைகள் வாழும் நகரமது
வெவ்வேறு நிறப் பூனைகள்
நிறங்கள் யாவும் மாறும் தன்மை
கொண்டவை
மந்திரங்களும் தந்திரங்களும்
தெரிந்த பூனைகள்
உருகூட மாறும்.

நகரம் முழுதும் மதில்கள்
நிறைந்திருக்கின்றன
மதில்களில் கண்ணாடி
சில்லுகள் பதிக்கப்படவில்லை
கோயில் மாடப்புறாக்கள் போன்று
இவையாவும் மதில்மேல்
பூனைகள்தான்.

சூழலுக்குத் தக்க தாவிக்கொள்ளும் வன்பூனைகள்
மென்பூனைகளின் உணவையும்
வாழ்வையும் பிடுங்கிக் கொள்ளும்.
ஒன்றை ஒன்று வஞ்சனை செய்யும்
தன்னை நல்லதாய்க் காட்டிக் கொள்ளும்
புலியாக மாறி கோரை நகங்களிலும்
கூரிய பற்களிலும்
மாறினாலும் பூனைகள்
யாவும் பூனையே.

பிம்பங்களின் நிழல்

வீதியில் இறங்கி
ஓடிக்கொண்டிருக்கிறது
நிழல் ஒன்று.
யார் யாரோ துரத்திச் செல்கிறார்கள்
வெயில் மறையும் போதெல்லாம்
நிழல் மறைகிறது.

தேடுபவர்கள் திகைக்கிறார்கள்
உருவத்தோடு பொருத்திப்
பார்க்கிறார்கள் சிலர்
தனது நிழலென்று.

சிலர் நிழலின் நீள அகலம்
பார்த்துப் பின்வாங்குகிறார்கள்.
காய்ந்து உதிர்ந்த இலையொன்றின் மீது
ஏறியமர்ந்து காற்றில்
பறந்து செல்கிறது நிழல்.

பறவைகள் பதறியடித்து
தம் பொருத்தம் பார்த்து
இறகுகள் மூடி இருக்கையில்
தரையில் மோதி வீழ்கின்றன.
இலையிலிருந்து மேகம் தாவி
மின்னலில் எரிந்து நிழல் நிழலாகவே
கரைந்து போனது.

இருளின் கண்கள்

நட்பில் கூடிக்களித்தோம்
குழுவாய் உண்டோம்
ஒருவாய் உண்டைக்காய்
நிலாவை ஏங்கவைத்தோம்
முற்றம் அமர்ந்து பேய்க்கதைகள்
பேசினோம்.

ஊரின் உடன் போக்குக் கதைகளை
வாய்பிளந்து கேட்டோம்
மின்சாரம் இல்லா தருணங்களில்
ஐஸ்பரி டப்பாவில்
முதுகு பழுக்க வைத்தோம்
சைக்கிள் பெல்களை சகஜமாய்க் கடந்து
அமாவாசை இரவில்
ஒற்றைச் சாலையில்
ஆடியும் பாடியும் திரிந்தோம்.

கொலுசுப்பூச்சியின் சத்தங்களில்
பேய் உலா வருவதாய் நினைத்து
அம்மாவின் முந்தானையை
மூடிமறைவோம்.

சித்திரையின் இரவுத் திருவிழாவில்
நாங்களே தொலைந்து போவோம்
தேட ஆள் இல்லாமல்
திரும்பக் கிடைப்போம்.

இருட்டெங்கும் அலைந்தோம்
ஒளியாய்த் தெரிந்தோம்
நாங்கள் நாங்களாக இருந்தோம்.

யாழின் இசையில்

முல்லையில் இருந்து
நெய்தலில் இரங்கி
குறிஞ்சியில் புணர்ந்து
மருதத்தில் ஊடி
பாலையில் பிரிகிறேன்.

காரும் கூதிரும்
முன்பனியும் பின்பனியும்
இளவேனிலும் முதுவேனிலும்
எனப் பன்னிரண்டு மாதப் பயணங்கள்

வைகறை விடியல் எற்பாடு
நண்பகல் மாலை யாமம்
என நாளொன்றின் ஆறு பிரிவுகளிலும்
பிரிவின் அழுத்தம் தொலையச் செய்ய
பயணிக்கிறேன்

வெட்சி வஞ்சி நொச்சி உழிஞை
தும்பை வாகை வீரர்களின்
எல்லை கடந்து காஞ்சித்திணையின்
நிலையாமை அறிந்து
மரத்தின் ஓரம் அமர்கிறேன்

தலைவியின் புலம்பலும்
தோழியின் சமாதானமும்
பாங்கனின் பிரிவும்
செவிலித்தாயின் ஏக்கமும் அழுத்த
உலகியலுக்குத் திரும்பி
யாழின் இசையில் நனைந்து
திரும்புகிறேன்
செம்புலப்பெயல் நீரில்
அன்புடை நெஞ்சம் நான் கலக்க.

வழிந்தோடும் வெயில்

கசகசத்துக் கிடக்கறது பூமி
கடல் வளாவு நீரற்று
கொதித்துக் கிடக்கிறது
வெடிப்புற்ற மலைகளிலிருந்து
வெம்மை வழிகிறது
காற்றெங்கும் வெயிலின் ஓலம்
அலறிக் கொண்டிருக்கிறது
மரங்கள் பட்டை உரித்து
வெக்கை போக்கிக் கொண்டிருக்கின்றன
கானக விலங்குகள்
மூச்சுக் குழாய்களில்
நெருப்பு உமிழ்ந்து தகித்துக் கிடக்கின்றன
பாதங்களின் உள்நுழைந்து
பறவைகளின் சிறகில் ஏறி
வான்வெளியெங்கும் வெயில்
வழிந்தோடுகிறது...

முகமூடிகளின் முகங்கள்

எங்கும் ஒளிந்து கொள்கிறோம்
ஓடிப்பிடிச்சு கண்ணாமூச்சி
விளையாடுகிறோம்
ஒருவரையொருவர்
முந்தியடித்துத் தள்ளுகிறோம்
ஏற்ற இறக்கங்களில்
புறக்கை நீட்டி
அகக்கை வாங்க மறுக்கிறோம்
வஞ்சனைகளை முகமெங்கும் பூசி
புன்னகைகளின் பொலிவுடன்
சிரித்து மகிழ்கிறோம்
நீண்ட நாக்குகளெங்கும்
தேன் தடவி வாளாக மாற்றுகிறோம்
வண்ணக் கலவைகளில்
புதைந்து நிறம் மாறுகிறோம்
எல்லா உயிர்வாழ்களிடையேயும்
நுழைந்து உருமாறுகிறோம்
மூளையைப் பெரிதாக்கி
நரம்புச் செல்களைக் கூட்டி
எதற்கென தெரியாமலே திரிகிறோம்
நாம் யார்
யார் நாம்
இதையும் தேடத் தொடங்கிவிடுவோம்.

பெருத்த யானையும் சிறுத்த பூனையும்

யானையொன்று
இடறி விழுந்தபோது
மேலிருந்த பூனையும்
தவறி விழுந்தது

காய்தல் உவத்தல் இன்றி
பூனை யானையின்
தும்பிக்கை தூக்கி
எழுந்து வரச்சொன்னது
பிடித்த பூனையின்
மீசைமயிர் இழுத்து
யானை எள்ளி நகைத்தது
படுத்த பொழுதிலும்
நான் யானை
உதவி தர விடுத்த பொழுதிலும்
நீ பூனை என்றது

யானையை வீழ்த்திய கல்லின்
அளவு காட்டி வீழ்ந்ததில்
சிறுமை இல்லை
எழுவதில் மட்டும் என்ன பெருமையா?
என்று நாலு கால் பாய்ச்சலில்
நான்கு பெருத்த கால்களையும்
தாண்டி பூனை ஓடியது...

காலம் கடக்கும் சில பொழுதுகளில்
யானைகள் பூனைகளாகவும்
பூனைகள் யானைகளாகவும்
காட்டிக் கொள்கின்றன...

மாய தேவதை

மாயக் கதைகளில் ஒளிந்திருந்தவள் நீ
அவ்வப் போது பூக்களை
எறிந்தும் வாள் சுழற்றியும்
மாயக் கண்ணாடியில்
நுழைந்து கொள்வாய்

உன்னை எறிந்து தன்னை அறிந்து
தொலையும் ஆன்மாக்களின்
கடவுள் நீ
உனது வார்த்தைகள்
ஒன்றுடன் ஒன்று தொடர்ச்சியற்றவை
பிரிதலின் சாத்தியப்பாடுகள் அற்றவை

இரும்புச் சங்கிலிகளால்
அறுபட முடியா வலையையும்
உருவாக்குவாய்
ஒற்றை ஊசியில் வலையை
அறுக்கும் தந்திரமும் செய்வாய்

தூரங்கள் உனக்கு நிலையற்றதுமல்ல
அருகாமை உனது ஆசுவாசமும் அல்ல
நிரந்தரமற்றவள்
ஊடாடி உயிர்தேடி
மண்ணோடு விண்ணாடி
எங்கோ ஓடிவிடுகிறாய் எப்போதும்

இருத்தல்கள்
உன்னிடம் இல்லாமலே
போய் விடுகின்றன
காலம் ஒன்றே உனது காலணி
விடுதலும் அறுதலும்
அதுமட்டுமே தீர்மானிக்கும்...

தற்காப்பற்றவனின் ஆயுதங்கள்

எனது காயங்களிலிருந்தும்
காய்ந்த குருதியிலிருந்தும் கற்றுக்கொள்கிறேன்
உன்னை எப்படி எதிர்கொள்வதென்று
உனது தந்திர மொழியில்
வாளை ஒளித்துச் சுழற்றுகிறாய்
நஞ்சு தடவிய கூர்மை வாளினை
அசரும் நேரும் பார்த்து
லாவகமாக இறக்கி விடுகிறாய்

உறங்கும் நேரத்தில்
பின்புறக் கண்களையும்
திறந்தே உறங்குகிறேன்
முதுகுப்புறம் புதியதாக
வளர்ந்திருக்கும் இரு கைகள்
போதவில்லை
ஆலோசனை நிகழ்த்திக்
கொண்டிருக்கிறேன்
கைகள் வளரும் தந்திரம் அறிய

எங்கிருந்தோ மறைந்து சில நேரங்களில்
நெற்றியில் எதையோ எறிந்து விடுகிறாய்
முகக்கவசம்ஒன்று
வாங்க எத்தனிக்கும் போது
கல்லெறிந்து சுக்கு நூறாக்குகிறாய்
வெவ்வேறு ஆயுதங்கள்
எறியப்படுகின்றன
தற்காப்பற்றவனாய்
தொலைகிறேன்...
உன்னிலிருந்து என்னை மீட்க முடியாமல்.

எதிர்பார்ப்புகளின் புத்தகம்

எனது எதிர்பார்ப்புகள்
அடங்கிய ஒரு புத்தகம்
கீழே கிடக்கிறது.
போவோர் வருவோரின்
கால்களில் இடறி
அங்கும் இங்கும் நகர்கிறது.

நீண்ட காலமாகத்
தொடுதலின் உணர்வு
அறிந்ததில்லை.
மழைநீர் சொட்டியதில்
சில பக்கங்கள் ஈரப் பிசுபிசுப்பில்
கிடக்கிறது.
கரையான் அரிப்பில்
சில பக்கங்கள்.
எழுத்துகள் நெடுநாட்கள் கிடந்ததில்
அழிந்து கிடக்கிறது.

மரவட்டைகளும்
அட்டைகளும் ஊர்ந்து செல்கின்றன
அருவருப்பில் புத்தகம் நெளிந்து கிடக்கிறது
காற்றின் ஓதத்தால்
புத்தகம் உப்பிக் கிடக்கிறது
இலையுதிரும் ஒரு தருணத்தில்
மெல்ல அசைந்து ஸ்பரிசம்
தொட விரல்கள் மெல்ல அசைந்து
ஊர்கிறது.

பச்சைவாசம் தொற்றிக் கொள்ள
பரவசத்துடன் புத்தகம்
பக்கம் விரித்து எதிர்பார்ப்புகளை
எல்லாம் ஏப்பம்விட்டு
முழுங்கிக்கொண்டிருந்தது.

புதையுண்ட ஈரநிலம்

கானலம் பெருந்துறை
காய்ந்து கிடக்கிறது
ஆரல் மீன்கள்
துள்ளிக் குதித்து விளையாடிய
நீரோடைகள் வறண்டு போயின

கரும்புநடு பாத்திகளில்
இருந்த சுரும்புகள்
களித்து மகிழ தாமரைகள் இல்லை
வாய்க்கா ஓரங்களில்
பனைமரத்து அடிகளில்
ஈரக்காற்றின் சிலுசிலுப்பில்
கள்மாந்தியவர்கள் காணாமல் போயினர்

கலங்கல் சின்னீரைக் கூட
காணமுடியாமல் பிணைமான்
பெருத்த சோகத்தில் திரும்புகிறது
குருகுகள் பறந்து பறந்து
ஓய்ந்து திரும்பின
ஒருவாய் நீருக்காக

களிறு பிடியுடன் சேர்ந்து
தும்பிக்கைகளில் நீர்
சேகரித்துச் செல்கிறது
முல்லையும் மருதமும் பாலையாய்
திரிந்த பொற்காலம் தண்ணில்
புதையுண்டு கிடக்கிறோம்.

யாருடைய கதைகள்

நான் சொல்வது கதைகளே
இது எனது கதையும் இல்லை.
நீங்கள் வென்றதையும்
தோற்றதையும்
என்னிடம் தேடாதீர்கள்.
நீங்கள் தோற்றபோதெல்லாம்
யாரோ ஒருவர் வெற்றி பெற்றிருக்கக்கூடும்
இது அவருக்கான கதையாகக்
கூட இருக்கலாம்.

கதைசொல்வது மிகவும் பிடிக்கும்
கதைகளெல்லாம்
உங்களிலிருந்து விரிந்து
நிஜங்களாகவும் மாறுகின்றன
யார் யாரோ தாங்கள்
தொலைத்த கதைகளை
என்னிடம் வந்து தோண்டிக்
கொண்டிருக்கிறார்கள்.

இவை மாயக்கதைகள்
முடிவுகள் நிரந்தரமானவையல்ல
மாறக் கூடியவையே
சில நேரங்களில்
இக்கதைகள் சுவாரசியப்படுத்தலாம்
உறக்கம் கொள்ள வைக்கலாம்
நீங்கள் அசந்த நேரத்தில்
உங்களைக் காயப்படுத்தலாம்
எப்போதும் எச்சரிக்கையோடிருங்கள்
நான் சொல்வது கதைகளே.

ஞானம் தேடும் போதிமரம்

எதையோ தேடி அலைகிறாய்
எதிரில் இருப்பவற்றை
ஏற்க மறுக்கிறாய்
எப்போதும் முணுமுணுக்கிறாய்
வார்த்தைக் கூடுகளை
நீயே பின்னுகிறாய்
எல்லோரையும் அதனுள் அடைக்கிறாய்
கட்டற்ற பலூனில் காற்று நிரப்பி
குமிழியாகிறாய்
துளையிட்டு வெளியேறி
பறவையின் சிறகைப் பிய்த்தெறிகிறாய்
வசப்பட்ட வானை
நிறம் மாற்றுகிறாய்
அள்ளிய நிறத்தை
கடலில் ஊற்றுகிறாய்
உன்னால் நிறங்களும்
உருவங்களும் மாறிக்கொண்டே
இருக்கின்றன
தேடித் தேடித் ஓய்ந்து
திருப்தியுறாமலே திரிகிறாய்
யானையின் சிறுகண்ணிலிருந்து விரியும்
பெரு உலகத்தை
இற்செறிக்கவே முடியாமல்
புத்தனின் போதியின் கீழ்
ஞானம்தேடுகிறாய்.

பகிர்தலின் ஞானம்

பகிரப்பட்ட உடலிலிருந்து
வழிந்தோடுகிறது
பெரு நதியொன்று.

துயரம் சுமந்த ஆன்மாக்கள்
இரைகவ்விப் பறந்து செல்கின்றன
சலசலப்பற்ற காற்று
மூக்கின் சுவாசத்தை
சுமந்து திரிகிறது
வீதியெங்கும் ஓடிய
ஒரு நாடோடியின்
கால் தடம் பதிந்து கிடக்கிறது
உடல் பிரதேசமெங்கும்.

முழித்துப் பார்த்த தருணத்தில்
கூச்சம் கொன்று தின்கிறது
இலைகளின்மறைவிற்குள்ளாக
தன்னையொடுக்கி யாரையோ
தேடிக்கொண்டிருக்கின்றன கைகள்
உயிர் எழுந்து ஓரம் நடந்து
சிறுவன் ஊதும்
சோப்பு முட்டையில்
கரைந்து விரைந்து சென்றது.
பகிரப்பட்ட உடல்
ஆன்மாவற்றுத் தனித்துக் கிடக்கிறது...

தொலைந்த மரப்பாச்சி

எனது மரப்பாச்சியை
தொலைத்த இடத்திலிருந்து
தேடுகிறேன்.

கம்ப்யூட்டர் பொம்மைகள்
குத்திக் கிழித்து
காயப்படுத்தியதில்
கால்வாயோரமாகக் கருத்த
சகதியில் மூழ்கிக் கிடந்தது.

கையிலெடுத்து காயம் துடைத்து
துளைகள் அடைத்து
நடக்க வைத்த போது
மரப்பாச்சி என்னையே
வெறித்துப் பார்த்தது
ஒரு பித்தனைப் போல.

சிதைவுகளின் வன்மம்

கானகம் தேடி அலையும்
காட்டுப் பறவை
ஒன்றின் குரலைத் திருடி விட்டேன்
மானை வேட்டையாட
விழையும் சிறுத்தையொன்றின்
காலடித் தடங்களை
களவாடிவிட்டேன்
மீன் பிடித்து வாழும்
நீலப் பறவையின்
அலகினை வெட்டி விட்டேன்
குட்டி சுமந்து மரத்திற்கு மரம் தாவும்
குரங்கொன்றின் தாவுதலை
அறுத்துவிட்டேன்
எல்லாம் அதனளவில்
இருப்பதில் எனக்கென்ன பிரச்சனை
யாவும் கலைத்து
பிரபஞ்சம் அழித்து
நான் மட்டுமே வாழவா

காலம் தொலைக்காத பேழை

விசித்திரமான பேழையிலிருந்து
பெயர்த்தெடுக்கப்பட்ட கனவுநீ
முன்னும் பின்னும்
முரண்கொண்டு அலையும்
கனவின் பிம்பங்களும் நீயே

இரவுகளில் உருக்கொள்ளும்
எல்லாக் கனவுகளையும்
எங்கெங்கோ பெயர்த்து
எடுத்துச் செல்கிறாய்
கலைத்துப் போடுகிறாய்

மூடப்படாத பெருந்தொட்டியிலிருந்து
தேங்கிய நாற்றம்
வீச்சமெடுப்பது போல்
கனவுகளின் கதையில்
இடம்பிடிக்கிறாய்
காலம் உனது எல்லையல்ல
நிகழ்வுகளும் உனது வரையறையல்ல

நீயே கனவின் கனவு
நிகழ்வின் நிகழ்வு
திறந்த பேழை பூட்டும் தந்திரம்
மறந்து விரிந்து கிடக்கிறது
அடைக்கப்படாத நீ
கூர்நகம் கொண்டு கிழிக்கும்
கழுகின் முதுகிலும் இறகிலும்
சுழலத் தொடங்கி விட்டாய்
வேட்டை இரவெங்கும் நீண்டபடியே.

உடைபடும் வரையறைகள்

இடிபட்ட வீடொன்றின் விரிசலிலிருந்து
துள்ளித் துளிர்த்திருக்கிறது துளிரொன்று
பாழடைந்த கிணறொன்லிருந்து
சேறு அப்பிய கிண்ணமொன்று
தூர்வாரலில் பளபளத்துக் கிடக்கிறது

பாசிபிடித்த படிக்கட்டுகளில்
இரைக்கப்படும் பொரிக்காய்
மினுமினுப்புடன் நீந்தி விளையாடுகிறது
மீன்குஞ்சொன்று

கொதித்தும் வெடித்தும்
பரவும் எரிமலை ஒன்றின்
துகளொன்று ஈரக்காற்றில்
கரைந்துருகுகின்றது

திமிலுடைய முரட்டுக்
காளையொன்றின் கொம்பிலிருந்து
தொலைந்து போகாத கனவுகள் யாவும்
பழக்கிய சிறுவனின்
கைகளில் நிரம்பித் ததும்புகிறது

இறுகிய அழுகிய கரடுமுரடான
காய்ந்த உறைந்த யாவற்றிலிருந்தும்
உற்பத்தி செய்யப்படுகிறது
புனிதங்களின் ஆன்மா ஒன்று

இருளின் பித்தன்

வெண்ணிற இரவுகள்
அழகானவைதான்
பித்தன் ஒருவன்
நிலவைக் கவர்ந்து
தலையில் சூடிக் கொண்டான்
ஊரெங்கும் பரவிய வெளிச்சத்தில்
நாய்களின் கண்கள்
விழித்துக் கொண்டன.
களவாடப்பட்ட
ஒற்றைக் கனவு ஒன்று
தொலைந்த நிலவின் தடம் தேடுகிறது
அறிக்கைப் பலகைகளில்
அறிவித்துக் கொண்டே
இருக்கிறது ஒலி பெருக்கி ஒன்று.

பித்தன் பெருநகர வீதிகளில்
வாசம் யாவும் நுகர்ந்து
அழுக்கேறிய உடலை
ஈரம் நனைத்துக் கொண்டிருக்கிறான்.
நிலவு மெது மெதுவாய்த்
தேய்ந்து கொண்டிருக்கிறது
பிறை மறைந்து
பித்தனும் இருளில் தொலைந்தே
போனான்
நிலவும் இருளும்
எப்போதும் பித்தன்களின்
கைகளிலேயே அகப்பட்டு விடுகிறது.

கானலின் நீர்த் திவலைகள்

கானல் நீரொன்றின் மாய அலையை
கண்ணுக்கெட்டிய தூரத்தில்
தேடிக் கொண்டிருக்கிறேன்.
மாயை ஒன்றும் எனக்குப் புதிதல்ல
அது தன்னளவில் போக்குக் காட்டி
மறைந்து கொள்ளும்.

வழிப்போக்கன் ஒருவன்
இடுப்பில் கட்டிய துண்டவிழ்த்து
கானல்நீரை அள்ளி எடுத்து
அதனுள் நிரப்புகிறான்.
நீர்வேட்கை கொண்ட
வேட்டை நாயொன்று
அவன் எலும்பு கடித்து நீர் உறிஞ்சிப்
பருக எத்தனிக்கிறது.

வான் துளி ஈரம் சுரக்க
மழைத்துளிகள் கானல்நீரில் விழ
நாய் குழம்பிக் கிடக்கிறது.
வாசம் அறியும் நாசி
தூர்ந்து போய்க் கிடக்கிறது.
மாயை புரியா நாயின்
கண்கள் சொருகி
உயிர் தொலைந்து போகிறது.

வெயில் துளிர்த்து ஈரம் மறைந்து
கானல் மட்டும் தனியே
மின்னிக் கொண்டிருக்கிறது.

கழைக்கூத்தாடி

காலம் கலைத்துப் போட்ட
கழைக்கூத்தாடி நான்
அரிதாரம் பூசி அவதாரம் எடுக்கிறேன்
எடுத்த அவதாரம்
இயல்பாய்த் தொலைக்கிறேன்
ஊர்ஊராய்ப் பயணிக்கிறேன்
உறக்கம் இல்லா நாடோடி ஒருவனின்
பாதம் சுமக்கிறேன்
காகிதக் கப்பல் ஏறி
கடல் கடக்கிறேன்
சிறுசிறு பறவைகளின் அசைவில்
நளினம் காண்கிறேன்
மழைத் துளிகளின் ஈரம் பொறுக்கி
கிணறு நிரப்புகிறேன்
பாகனின் அங்குசம் நிமிர்த்தி
யானையின் வலி தொலைக்கிறேன்
நிலவை எடுத்து
இராந்தல் விளக்காய் மாற்றுகிறேன்
இயல்புகளைக் கலைக்கிறேன்
கட்டை பூட்டி கதைசொல்லும்
கழைக்கூத்தாடி நான்
எதைச் சுமந்து திரிகிறேன்.

கண்ணாடிக்கோப்பையும் நானும்

சுழலும் கண்ணாடிக்
கோப்பையை உறிஞ்சிக்
குடிக்கிறேன்.
மிச்சம் வைக்கப்படாத ஏதோ
ஒன்று என்னைத் தின்று
கொண்டிருக்கிறது.
அனல் முழுதுமாய்
பரவி சுடப்பட்ட தசையின்
தீய்ந்த நாத்தம்
காற்றின் திசைகளில்
வெடித்துக் கொண்டிருக்கிறது.
ஓநாய்களின்
காலடித் தடங்கள் வழியெங்கும்
குருதி காய்ந்து
பிசுபிசுத்துக் கிடக்கிறது.
கோரைப் பற்களின்
இடுக்குகளில் சிக்கிய
திமிலங்கத்தின் இறைச்சியொன்று
வெகுநேரம் தொந்தரவு செய்கிறது.
உடலெங்கும் வரிகளால்
நிரப்பப்பட்ட
காட்டுக் குதிரை யொன்று
கடலின் மீது உலவிக் கொண்டிருக்கிறது.
மேகம் கிழித்து தன்னைத் தைத்து
பிணைத்துக் கொள்கிறது வானவில்
இரத்தத்தின் நிறமோடு.
ஆசுவாசப்படுத்த முடியா இவைகளுடனும்
கண்ணாடிக் கோப்பையை
உறிஞ்சிக் குடிக்கிறேன் நான்.

யானைகள் யானைகளாக

பழக்கப்பட்ட யானையொன்றின்
காலடிச் சத்தத்தில்
குழந்தைகள் நடுங்கியே கிடக்க
பாகனின் கட்டைவிரல் அசைவிலும்
அங்குசத்தின் வளைவிலும்
யானையே நடுங்கிக் கிடக்கிறது.
மௌனம் தரும்
எனது அசைவுகள் யாவும்
உன்னை அசையச் செய்யாமல் இல்லை
உனது பெருத்த சத்தங்கள்
எப்போதும் என்னை நெருங்கியதும் இல்லை.
எல்லாப் பெருத்த யானைகளினுள்ளும்
ஒளிந்து கிடக்கிறது
நடுக்கத்தின் கோடுகள்
எதிரில் நிற்பவனிலிருந்தே
யானைகள் யானைகளாக
ஆகின்றன.

நிறம் மாறும் பூனை அல்ல

வெண்மேகம் படர்ந்திருந்த
வெளியிலிருந்து
ஒருதுளி நுரை எடுத்து
உன்னில் தெளிக்கிறேன்.
நிறம் மாறும் பூனை அல்ல நீ
உருமாறும் கனவு.
வான்வெளியெங்கும்
வெண் பறவைகள் வரிசைகட்டி
நீந்திச் செல்கின்றன.
கண்காணா தூரத்தின்
உன் மாறிய உருகாண
வெண் கழுகாய் அலைவுறுகிறேன்.
கூர்அலகால் கிழிக்க அல்ல
விரிந்த இறகுகளால்
உனையள்ளி எடுத்து
என்னுள் பொதிக்க.
மேகங்கள் முட்டி
உன்னைத் தொலைத்து
வெண்நுரைகளோடு கரைகிறாய்.
காணுதல் அறியா தூரத்தில்
கடந்து போய் விட்டாய்.
வெண்நுரை தேடி அலைகிறேன்
வெளியெங்கும் வெற்றுக் கைகளோடு.

வானத்தின் நிறங்கள்

நேற்றைய வானம் சிவந்திருந்ததாக
அவள் சொன்னாள்.
இன்றைய வானம் கருத்திருக்கிறது.
நீலவானத்தின்
தெளிந்த காட்சிகளை
கலைத்துப் போட்டுக் கொண்டிருந்தான்
சிறுவன் ஒருவன்
விரல் நுனியின் வழி.
நிலா தடவிய வெளிச்சத்தில்
வெண்மை வெகுதூரம்
போய்க் கொண்டிருந்ததை
தடுத்து நிறுத்திக்
கொண்டிருந்தது குழந்தை ஒன்று.
எல்லையற்ற வானத்தின்
நிறங்கள் மாறிக் கொண்டே
இருக்கிறது.
கலைப்பவர்களும்
தடுப்பவர்களும்
காணாமலே போகிறார்கள்.
வானம் வானமாகவே
வண்ணங்களின் மாயைகொண்டு.

எனது முகவரிகள்

உன்னிலிருந்து
என்னைத் தொடங்குகிறேன்.
உரசிச் செல்லும் மலைக்காற்றின்
பனித்துகள்கள் விண்வெளியில்
மின்மினியாய் வழிந்து கொண்டிருக்கிறது.
முகவரியற்றதாய் முழுதும் தொலைத்த
பொழுதொன்றில் உன் விரல் பட்டு
என்னைக் கலைத்தேன்.
அண்ணாந்து பார்த்த
யானையொன்று
வானம் தொட்டுத் தடவி
வாய்பிளந்து கிடக்கிறது.
யாதுமற்ற தனிமையில்
என்னை இழுத்து உன்னில்
விழுங்கினாய்.
தளிரொன்றின் துளிர்ப்பில்
மரமெங்கும் படர்ந்து கொண்டிருக்கிறது
பச்சை வாசனை.
அடையாளமற்ற என்னின்
முகவரிகள்
உன்னாலேயே
எழுதப்பட்டுக் கொண்டிருக்கின்றன.
அந்திமப் பொழுதில்
சூரியன் உதிர்ந்து
நிலவு மலர்ந்து கொண்டிருக்கிறது.
எதற்கும் எதுவும் பொருந்தாமல்
இல்லை...
உன்னிலிருந்தே நான்
உற்பத்தியாகிறேன்...

இடப்பெயர்வு

எனைத் தீண்டிய உனது மெய்
ஒற்றைக் கல்லின்
செதுக்கிய சிற்பத்தில்
உறங்கிக் கிடக்கிறது.
சிறுபிள்ளையொன்றின்
பிதற்றலிலும்
தனித்தமர்ந்திருக்கும்
சிறுபறவையின் குரலிலும்
மெல்ல முனகிக் கிடக்கிறேன்.
தீண்டுதலின் காமம் அறியா
வேட்கையறியா பித்தன் நான்.
எனைத்தேடி உன்னிடம்
ஒப்படைக்க ஓராயிரம்
நிமிடங்கள் கடந்து விட்டேன்.
ஒப்புதலற்றுக் காத்துக் கொண்டிருக்கிறாய்
தேகம் விலக்கி தீண்டுதல் மறுத்து
இடம்பெயர்ந்துவிட.

சூத்திரதாரியின் கூகை

நான் ஒன்றும் தேவதை அல்ல
பிசாசும் அல்ல.
என்னிலிருந்து
புதைக்கப்பட்டவற்றை
எங்கோ தேடிக் கொண்டிருக்கிறீர்கள்.
நான் இரவின் கூகை
தொலைந்ததை இருட்டில்
தேடும் சூத்திரதாரி.
நானும் தேடிக் கொண்டிருக்கிறேன்
நீங்கள் தேடுவதை அல்ல
உங்களையும் தேடவில்லை.
அலையும் காற்றின்
ஈரப்பதத்தில்
மெல்ல உதிரும் இலையொன்றின்
வேகத்தின் அளவில்
தேடிக் கொண்டிருக்கிறேன்.
என் ஒடிக்கப்பட்ட இறக்கைகளை
என் தோண்டப்பட்ட கண்களை
என் பிடுங்கி எறியப்பட்ட கைகளை.
தேடலின் பின்னப்பட்ட
இழையிலேயே தான்
உங்களிலிருந்து வேறுபடுகிறேன்.

நகர்தலில் உடைகிறது பொழுது

நடு சாலையில்
அடிபட்டுக் கிடக்கிறது
நாயொன்று.

இரயில் பாதையில்
மரித்துக் கிடக்கிறது
யானையொன்று.

மின்சாரக் கம்பியில்
தொங்கிக் கிடக்கிறது
காகம் ஒன்று.

செல்போன் கோபுரங்களில்
தொலைந்து போகிறது
குருவிக் கூட்டமொன்று.

உங்கள் அறிவியல்
கண்டு பிடிப்புகளில்
ஒவ்வொரு நொடியும்
உருக்குலைந்து போகிறது
ஏதோ ஒரு உயிரினமொன்று.

கிழவனும் நாயும்

மூச்சுவிட முடியாமல்
உடல் நடுங்கி தெருவோரமொன்றில்
அனாதையாய்க் கிடந்தான்
கிழவனொருவன்.
போவோர் வருவோர் எல்லாம்
முனகியபடியும் திட்டியபடியும்
கடந்து சென்றனர்

இரவு முழுக்கக் கிழவனின் இருமல் சத்தமும்
நாயொன்றின் அழு ஊளையிடும் ஓசையும்
ஒருங்கே பிணைந்து ஒலித்தது

திறந்திருந்த சன்னல்கள் கூட
மனமற்ற கைகளால்
இறுக மூடப்பட்டன
குளிர் உறைந்து உறைந்து
கிழவனின் உயிர்
மெல்லக் கரைந்து கரைந்து
விடிவதற்குள்ளாக வெளியேறிவிட்டது.

விடிந்த பொழுதில்
ஊர்க்காரர்கள் எல்லாம்
ஒன்றுகூடி கலந்து ஆலோசித்தனர்
தன் அழுகுரலால் கிழவனின்
உயிர்மறிக்கக் காரணமாய்
இருந்த நாயை ஊரை
விட்டு எப்படி விரட்டுவதென.

தூரிகையின் கோடுகள்

எனது எழுத்தின் வரைபடக்
கோடுகளை அழித்துவிட்டேன்.
எழுதப்பட்ட காகிதங்களை
எல்லாம் கசக்கி எறிந்து விட்டேன்.

கிறுக்கிய வார்த்தைகளின்
கோவைகளை ஒன்றுடன்
ஒன்று சேராமல் பார்த்துக் கொள்கிறேன்.
சுவரில் நான் வரைந்தவற்றை எல்லாம்
ஈரத்துணி கொண்டு நனைத்து
பெயர்த்துக் கொண்டிருக்கிறேன்.

அலமாரிகளில் இருந்த
எனது நாட்குறிப்பு ஒன்று
குப்பை சுமக்கும் வண்டியில்
பயணிப்பதைப் பார்த்தபடியே நிற்கிறேன்.

கிழித்தவைகளையும்
கிறுக்கியவைகளையும்
பெயர்த்தவைகளையும்
பொதி சுமக்கும் கழுதையொன்று
மெல்ல விழுங்கிக்கொண்டிருக்கிறது

நான் இந்தப் பகலையும்
இரவையும் மெல்ல எனது
எழுத்துகளால் விழுங்கி
ஏப்பம் விட்டதைப் போல...

பெரும் புழுதியும் பெருங் காடும்

இது நானற்ற ஒரு பெருங்காடு
துயில்களின் கனவுகள்
இருள் சூழ்ந்து என்னை
நெருக்குகின்றன.

கடிவாளமிடப்பட்ட குதிரைகளின்
குளம்புகள் சத்தமெழுப்பி
அங்கும் இங்கும் திரிகின்றன.
ஓநாய்களின் பெருத்த
ஊளைகள் நனவிலி மனம்
திரும்ப விடாமல் குரல் வளையை
அழுத்திச் செல்கின்றன.

துதிக்கைகளைச் சுமந்த
யானைகள் பெரும் மரங்களை
தந்தங்களால் பிளிறிக் கொண்டிருக்கின்றன

ஆந்தைகளின் கூரிய நகங்களின்
பிறாண்டல்களின் சத்தம்
விம்மிப் புடைக்கின்றன
வேகமெடுத்துக் கொண்டிருக்கும்
காற்று எல்லாவற்றையும்
வீழ்த்தி வெற்றிக்களி கொள்கிறது

இது எனது மூதாதைகளின் பெருங்காடு
மணம் பரப்பிய பெருங்காடு
பெரும் புழுதி கிளப்பி
மண்ணோடு மண்ணாக
புதையுண்டு போகிறது.

பெருவெளியில் திண்டாடும் காற்று

தூக்கணாங்குருவிக்
கூடுகளின் பின்னல்களைப்
போலத்தான் உனக்கும்
எனக்குமான அன்பும்
காற்றில் அலைவுறும் போதெல்லாம்
பேரோசையின் பிதற்றல்கள்
நிரம்பி வழியும்

வானின் ஈரம் சாரல் தூவி
சாந்தப்படுத்திவிடும்
வெது தூரப் பயணங்களில்
நாடோடி ஒருவனின் பாதங்களில்
சிக்கி அழுந்தும் மண்துகள்களைப்
போலவே உன்னோடு நான்
ஒட்டிக் கொள்கிறேன்

வெட்டிவிட்ட தருணங்களில்
எல்லாம் படர்ந்து ஆலம் விழுதுகளில்
தொங்கி விளையாடுகிறேன்
நாளமில்லாச் சுரப்பிகள் எல்லாம்
கூட வெக்கம் கெட்டுச் சொல்லிவிட்டன
தன்மானம் இல்லையென்று

உருவம் தொலைத்து
உன்னை நினைத்து
வெளியெங்கும் விண்மீன் பிடித்து
விளையாடும் எனது
விரல்களின் நாதம் நீ
உனது வீணையின் மீட்டல்கள் அற்ற
பொழுதுகளிலெல்லாம்
நான் அரத்தமற்றவனாகிவிடுகிறேன்

நானும் நரம்பொன்று பிடித்து
தொடங்குகிறேன்.
கானலம் பெருவெளியில்
காற்றாய்...

நிலைக்கண்ணாடியும் எழுதப்படாத கவிதையும்

எழுதப்படவில்லை
அந்தக் கவிதை இதுவரை
கானகங்களின்
பெரும் மலைச் சரிவில்
புதைந்திருக்கலாம்
அந்த நீண்ட கவிதை

முத்துக்களை சேகரித்துக்
கொண்டிருக்கும் சிறுமியொருத்தியின்
கைகளில் பாதுகாப்பாய்
உறங்கியிருக்கலாம்

தடதடத்து ஆடும்
பனங்காயை உறிஞ்சித்தின்னும்
முதியவரின் விரல்வழி
உறிஞ்சப்பட்டிருக்கலாம்
குளிரின் உடல் சூடுதேடி
ஏதோ ஒருஇடத்தில்
எரிக்கப்பட்டிருக்கலாம்

காலம் அறியாக் கவிதை அது
ஔவையின் நசுங்கிய குரலில்
ஒலிக்க முடியாமல் பேரரசால்
வீழ்த்தப்பட்டிருக்கலாம்

காயம்பட்ட கவிதையோ
காதல் பட்ட கவிதையோ
நேரம் வாய்த்து விடவில்லை
நிலைக் கண்ணாடியொன்றின்
முன்பு தன்னை நேர்செய்து
காத்திருக்கிறது எழுதப்படாத
அந்தக்கவிதை...

வண்ணப்பறவைகளின் கனவுகள்

வானை அளந்து கொண்டிருக்கிறது
வண்ணப்பறவை
வானவில்லின் நிறங்கள்
தோய்ந்து வெளியெங்கும்
தன்னைத் தொலைக்கிறது.

தொலைந்து போன
தூக்கணாங் குருவி தன்
கூட்டின் வரைபடம் தேடி அலைகிறது.
தாழ்வாரத்தின்
படர்ந்த வெயிலில்
சாம்பல் நிறக் குருவியின்
அலகுகள் கொத்திக் கொத்தி
காயம்பட்டுக் கிடக்கிறது.

அறுக்கப்பட்ட பிராய்லர்
கோழிகளுக்கு இடையில்
கொண்டை தூக்கி
தன் இனம் அழியாமல் பாதுகாக்கிறது
சேவல் ஒன்று.

கூட்டிலிருந்து தவறி விழுந்த
குயில் முட்டையினைக்
காகம் ஒன்று கொத்தி
காயப்படுத்திக் கொண்டிருக்கிறது.

பகல் விழுங்க முடியாமல்
தவிக்கும் கூகையின் அலறல்
வீதியெங்கும் பெருங் குரலெடுக்கிறது.
வண்ணப் பறவைகள்
வாழ்விடங்களின் அழிப்புகளில்
வானம் எங்கும் அளந்தும் திரிந்தும்
அலைகின்றன
வண்ணக் கனவுகளோடு

பிஞ்சு மழை

தெருவெங்கும் மணக்கிறது மழை
சாரல்களை அள்ளி
சட்டைப் பைக்குள் பத்திரமாய்ப்
பாதுகாத்துக் கொண்டேன்

தடுப்புச் சுவர்களற்று
சுதந்திரமாய்த் திரிகிறார்கள்
சிறுவர்கள்
குடைகளைக் காற்று அசைத்துப் போட்டு
வீதிகளில் பறக்க விட்டதில்
மழை முழுமையாய் எல்லோரையும்
நனைத்து விடுகிறது

முதியவர் ஒருவரின்
நடுக்கக் குரலில்
மழை மண்டியிட்டு அழுதுகொண்டே
வீதியில் இறங்கியோடுகிறது

காகிதக் கப்பல்
ஒன்றில் தன் விரலின் நுனியைச்
சவாரி செய்ய விடுகிறாள்
சிறுமியொருத்தி
இளைப்பாறுதலற்று
எங்கும் நிறைந்திருக்கிறது
எனது இளமைக்கால மழை...

கூடையில் பதுங்கிய வானவில்

இலையுதிர்காலம் ஒன்றில்
உதிர்ந்த பழுப்புநிற
இலைகளைக் கூடையில்
அள்ளிக்கொண்டிருக்கிறது
வானவில்.
நிறத்தின் போதாமைகளை
நிழலில் இருந்து கூட சுரண்டிக்கொள்கிறது.
ஒட்டகச் சிவிங்கி மஞ்சள்
மயிலின் பச்சை
பச்சோந்தியின்
மாறுபடும் நிறம்
என எங்கும் அலைந்து திரிந்து
நிறங்கள் தேடிக் கொண்டிருக்கிறது.
மழைக்குப் பின்னான
பொழுதில் தோன்றி மறையும்
தெளிவற்ற வானவில்
திரட்டிய வண்ணங்களைத்
தினம்தினம் தொலைத்து
அலைந்த படியேயும்
அழுத படியேயும்...

இரவின் காடு

காட்டின் இரவு மிருகங்கள்
கண்ணுக்கெட்டியவரை
காணவில்லை.
வேட்டையாடப்பட்ட
மான் ஒன்றின்
நிணம் துடித்துக்கொண்டிருக்கிறது.
வல்லூறுகள் வெண்மை
நிறம் விழுங்கி
குருதி குடித்துக் கொண்டிருக்கிறது.
இரவின் மௌனம் கலைக்காத நிலவு
மஞ்சள் வெளிச்சத்தை உமிழ்ந்து
கொண்டிருக்கிறது.
ஓடையின் சத்தமும்
அருவியின் படபடப்பும்
ஊற்றுகளின் ஓசையும்
இரவை இரகசியத்திலிருந்து
விடுவிடுத்துக் கொண்டிருக்கின்றன.
தூக்கம் தொலைத்த யானை ஒன்று
தும்பிக்கையால் இருட்டை
உறிஞ்சி எறிந்து கொண்டிருக்கிறது.
எறியும் பிணங்களின்
சுடுவாசம் காடெங்கும்
சாம்பல் துகள்களினால் பரவிக் கிடக்கிறது
இரவும் காடும் இணைந்து
யாவற்றையும் புணர்ந்த திருப்தியில்
உறங்கச் சென்றுவிட்டன....

இயல்பை விழுங்கும் மனிதம்

உலர்ந்த வெயிலை
மடித்து வைத்துக்கொண்டிருக்கிறாள்
கிழவி ஒருத்தி.
வானம் சுருட்டி
பாய் விரித்து கூத்துப் பார்க்க
துணைக்கு அழைத்துக் கொள்கிறான்
சிறுவன் ஒருவன்.
கடலின் நீலம் தடவி
மண் சுவற்றின் சுண்ணாம்பு மீது
நிறம் தடவிக் கொண்டிருக்கிறார்
முதியவர் ஒருவர்.
தன் குரலில் வளமை சேர்க்க
குயிலின் குரலை
சுரண்டிக் கொண்டிருக்கிறாள்
சிறுமி ஒருத்தி.
இயல்புகளின் எல்லை யாவும்
உடைத்து மெதுமெதுவாய் எல்லாவற்றையும்
விழுங்கிக் கொண்டிருக்கிறது மனிதம்...

வேட்டையாடியின் திசைகள்

விடியும் பொழுதில்
உனது வேட்கைகளை
வேட்டையாடிக் கொண்டிருக்கிறான்
அவன் ஓர் வேட்டையாடி

நீ தொலைந்த பொழுதிலிருந்து
உன்னை உற்பத்திசெய்து
கொண்டிருக்கிறாய்
சிறுகச் சிறுகச் சேகரித்த
உனது சிந்தனைகள்
மகரந்தத் தூள்களாய்
காற்றெங்கும் உதிர்ந்து
கொண்டிருக்கும் போது
வண்ணத்துப் பூச்சியின்
உருக்கொண்டு கண்ணாடிக்குப்பியுடன்
பறந்து திரிகிறாய்

உடைபட்டு விட்டதாக நினைத்து
பானையின் சில்லுகளை ஒட்டவைக்க
முயற்சிக்கிறாய்
அலையும் குளத்து நீரில்
நீண்டும் குறுகியும் நகரும்
முகத்தை ஒருமுகப்படுத்த நினைக்கிறாய்

எங்கும் உன்னை உனக்காய்
உற்பத்தி செய்து கொண்டிருக்கும்போது
வேட்டையாடியின் விரல்கள்
ஒவ்வொன்றாய்
வீழ்ந்துகொண்டிருக்கின்றன.

தடம் தேடும் கால்கள்

தொலைந்த இரவொன்றின்
தடம் தேடி அலைகிறேன்
யாதுமற்ற பெருவெளி
காற்றின் திசைகளெங்கும்
கரைந்துவிடச் செய்கிறது
மூர்ச்சையடைந்து கிடக்கும்
கிழவனொருவனின்
மூச்சுக்காற்றின் வழி
புத்துயிர்பெற முயற்சிக்கிறேன்
தளர்வடைந்த உடலொன்றின்
வியர்வைத்துளி
வீதியெங்கும் பரவிக்கிடக்கிறது
எண்ணற்ற கிழிசல்களும்
பிய்ந்தும் நைந்தும்
தொங்கிக் கிடக்கிறது
வாழ்க்கையின் பெரும்
பயணங்கள் யாவும்.

பிதற்றல்களற்ற தனிமை

நானொன்றும் தனிமையில்
இல்லை.
எனது இரவு எவராலும்
களவாடப்படவும் இல்லை
நீண்ட நேர பயணங்கள்
உங்கள் துக்க வாசகங்களால்
நிரப்பப்படவும் இல்லை
காற்று அற்ற வெளியொன்றும்
இறுக்கம் தரவில்லை
உருண்டு ஓடி விழுந்த
நீர் குப்பியால்
வறட்சி எதுவும் இல்லை
துயரம் விம்மிய பொழுதில் உங்கள்
தாங்கும் தோள்களையும்
விரும்பவில்லை
யாராலும் தீர்க்க முடியா
எனது தாகங்களும்
வேட்கைகளும் உங்களிடம்
உள்ளவற்றிலிருந்து
தீர்ந்து போகாதவைதான்
நானொன்றும் தனிமையில்
இல்லை.
எனது மொழியின் பெரு எல்லையில்
கரைந்தபடியே....

நாசிகளின் துவாரங்கள்

வாசனை நுகரும் தந்திரங்களை
யாரிடமிருந்து கற்றாய்
வலிய மிருகங்களின் நுட்பங்களும்
எளிய மிருகங்களின் வேட்கைகளும்
உன்னுள் ஒரு சேர புதைந்து கிடக்கின்றன

புலியின் மூக்கும் பூனையின் மூக்கும்
பொருத்தியபடியே திரிகிறாய்
விலங்குகளின் விலங்கு நீ
குழந்தையின் தழுவலும்
புணர்தலின் வேட்கையும்
உன்வாசத்தின் வழியே அலைவுறுகின்றன

வீழ்ந்துவிடாத வாசம் ஒன்றின்
புத்துணர்விலேயே
கடந்து விடுகிறாய்
உன் இருப்புகள் யாவற்றையும்

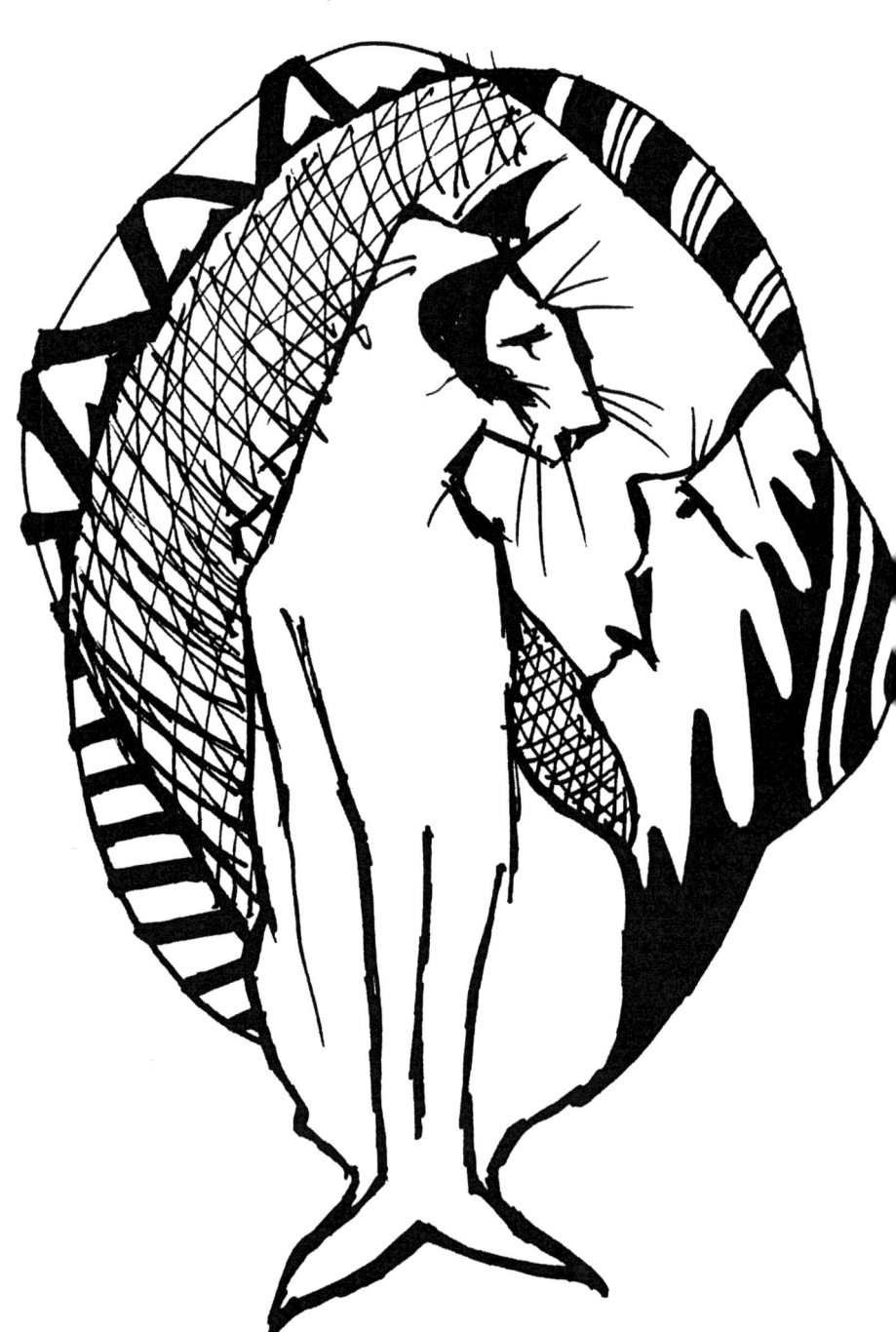

பூனையின் மதில்கள்

மதில்மேல் பூனையொன்று
அமர்ந்து இருக்கிறது
நிறங்கள் மாறும் பூனை அது
நெடுங்காலத்திற்கு முன்னாக
நீ தொலைத்தவற்றையெல்லாம்
நினைவுபடுத்திக்கொண்டே இருக்கிறது.

நீயாக உன்னைச் சுற்றி
வளைத்து வைத்திருந்த
கம்பிகளைப் பிடுங்கி எறியும் போது
எக்காளமிட்டுச் சிரித்துக்
கொண்டிருக்கிறது.

பொதி சுமக்கும் கழுதையொன்றின்
துர் வலிகளை ஒவ்வொன்றாய்
நீ இழக்கும் போதெல்லாம்
ஆனந்தக் கூத்தாடுகிறது

காட்சிகளின் பிம்பங்களை
திரையில் விரித்து உன்னை வெட்கம்
கொள்ளச் செய்கிறது

உனது செயல்கள் யாவும் உன்னாலேயே
குழிதோண்டிப் புதைக்கப்படும்
போதெல்லாம் உன்நலன் அறிந்து
புதிதாய்ப் பூத்த பூவாய்
உன்னைக் கைகளில் ஏந்தி
வருடி விளையாடுகிறது

எலியை விழுங்கி எப்போதும்
ஏப்பமிடும் வன்மப்பூனை
உன் மாற்றத்திலிருந்து
தன்னைப் பிரதியெடுத்து பால் பருகி
வெண்மை உறிஞ்சி
நிறம் மாறாத் தன்மையோடு
மதிற்சுவரின் மேலமர்ந்து
சிரித்துக் கிடக்கிறது.